www.kidkiddos.com
Copyright©2015 by S.A.Publishing ©2017 by KidKiddos Books Ltd.
support@kidkiddos.com

All rights reserved. No part of this book may be reproduced in any form or by any electronic or mechanical means, including information storage and retrieval systems, without written permission from the publisher or author, except in the case of a reviewer, who may quote brief passages embodied in critical articles or in a review.
Lahat ng karapatan ay nakalaan.
Second edition, 2019

Translated from Englsih by Melissa S. Lobo
Isinalin mula sa wikang Ingles ni Melissa S. Lobo

Library and Archives Canada Cataloguing in Publication
I Love to Tell the Truth (Tagalog English Bilingual Edition)/ Shelley Admont
ISBN: 978-1-5259-1685-4 paperback
ISBN: 978-1-77268-663-0 hardcover
ISBN: 978-1-77268-661-6 eBook

Please note that the Tagalog and English versions of the story have been written to be as close as possible. However, in some cases they differ in order to accommodate nuances and fluidity of each language.

Para sa mga pinakamamahal ko-S.A.
For those I love the most-S.A.

Isang napakagandang araw ng tag-init. Maliwanag ang sikat ng araw. Maririnig mo ang huni ng mga ibon. Abala naman sa pagbisita sa mga makukulay na mga bulaklak ang mga paru-paro at bubuyog.

It was a beautiful summer day. The sun was shining brightly. The birds were chirping. The butterflies and the bees were busy visiting the colorful flowers.

Ang munting kunehong si Jimmy ay naglalaro ng bola sa kanilang bakuran, kasama ang kanyang dalawang nakatatandang kapatid. Ang kanilang ina ay abala sa pagdidilig ng kanyang paboritong mga daisy.

Little bunny Jimmy was playing ball in the backyard with his two older brothers. Their mom was watering her favorite daisies.

"Mag-ingat kayo at baka matamaan ninyo ang mga bulaklak ko, mga anak," sabi ni nanay.

"Be careful not to go near my flowers, boys," said mom.

"Oo naman po nanay," sagot ni Jimmy.

"Sure mom," yelled Jimmy.

"Huwag po kayong mag-alala nanay," sabi naman ng panganay na kuneho. *"Ligtas ang mga daisy mo sa amin."*

"Don't worry mom," said the oldest brother. "Your daisies are safe with us."

Bumalik na sa bahay si nanay kuneho habang ipinagpatuloy ng magkakapatid ang paglalaro sa bakuran.

Mom went back to the house while the brothers continued to play outside.

"Oy, iba naman ang laruin natin ngayon," sabi ng panganay na kapatid ni Jimmy habang iniikot ang bola.

"Hey, let's play a different game now," said the oldest brother, twisting the ball.

"Anong laro?" tanong ni Jimmy.

"What game?" asked Jimmy.

Sandaling nag-isip ang panganay na kuneho. "Ihagis natin sa ere ang bola at paunahan tayong makasalo."

The oldest brother thought for a second. "Let's toss the ball in the air and see who gets to catch it first."

"Gusto ko iyan," masayang sabi ni Jimmy.

"I like that," said Jimmy cheerfully.

"Magsimula na tayo," bulalas ng pangalawang kapatid ni Jimmy. "Ihagis niyo na ang bola."

"Let's start," cried the middle brother. "Throw the ball now."

Malakas na inihagis sa ere ng panganay na kuneho ang bola.

The oldest brother threw the ball up in the air as hard as he could.

Silang lahat ay tumingin sa taas ng nakanganga habang ang malaking kulay kahel na bola ay lumipad sa ere. Ilang sandali pa, nagsimula na itong mahulog sa lupa.

All the bunnies looked up with their mouths open as the big orange ball quickly flew up. Soon, it began to fall back towards the ground.

Iniunat nila ang kanilang mga braso at mariing hinintay na mahulog ang bola.

Stretching out their hands, the brothers waited eagerly.

Nang mahuhulog na ang bola sa lupa, tumakbo ang panganay na kuneho upang saluhin ito.

When the ball was about to hit the ground, the older brothers ran to catch it.

Sa isang iglap, paabanteng tumalon si Jimmy at inabot ang bola bago pa man ito makuha ng kanyang mga kuya. "Hurray! Nanalo ako!"

In a flash, Jimmy leapt forward and reached the ball before them. "Hurray! I win!"

Nagtatalon siya sa tuwa at nag-umpisang magtatakbo sa bakuran sa sobrang kasiyahan.

He jumped in joy and started to run around the backyard in excitement.

Nang bigla siyang natapilok sa isang maliit na bato at sumalpak sa lupa... sa mismong gitna ng paboritong mga daisy ng kanilang nanay.

Suddenly, he tripped over a small rock and fell flat on the ground ... right in the middle of his mom's favorite daisy plants.

"Aray!" sigaw ni Jimmy habang iniaangat ang kanyang ulo mula sa basang lupa.

"Ouch!" yelled Jimmy, lifting his head out of the wet soil.

Agad siyang tinulungang makatayo ng kanyang panganay na kuya. "Jimmy, nasaktan ka ba?" tanong niya.

His oldest brother ran over and helped him back to his feet. "Jimmy, are you hurt?" he asked.

"Hindi... Sa palagay ko ay ayos lang ako," sabi ni Jimmy.

"No... I think I'm fine," said Jimmy.

Malungkot na pinagmasdan ng tatlong kuneho ang paboritong mga daisy ng kanilang nanay, na ngayon ay sira sira na. Ang ilan sa mga ito ay naputol pa.

All three bunnies looked sadly at their mom's favorite flowers, which were now crushed. Some of them were broken.

"Hindi matutuwa si nanay kapag nakita niya ito," mahinang bulong ng panganay na kuneho.

"Mom will not be happy to see this," murmured the oldest brother quietly.

"Sigurado iyon," sang-ayon ng pangalawang kapatid ni Jimmy.

"That's for sure," agreed the middle brother.

"Pakiusap, pakiusap, huwag ninyong sasabihin kay nanay na ako ang gumawa nito. Pakiusaaaaap…" pagmamakaawa ni Jimmy habang dahan dahang lumalayo sa mga nasirang daisy.

"Please, please, don't tell mom that I did this. Pleeeeeaaaase…" begged Jimmy, slowly moving away from the ruined daisies.

Nang mga sandaling iyon, tumatakbong dumating ang kanilang nanay mula sa kanilang bahay. "Mga bata, anong nangyari? May narinig akong sumigaw kanina lang. Ayos lang ba kayo?"

That moment, their mom came running out from the house. "Kids, what happened? I just heard someone scream. Are you all OK?"

"Ayos lang kami, nanay," sabi ng panganay na kuneho. "Pero ang iyong mga bulaklak…"

"We're fine, mom" said the oldest brother. "But your flowers…"

Napansin ng nanay nila ang nawasak na mga bulaklak. Napabuntong-hininga siya. "Paano ito nangyari?" tanong niya na bagsak ang balikat.

It wasn't until that moment that their mom noticed the ruined flowerbed. She sighed. "How did this happen?" she asked, her shoulders drooping.

"Yung mga alien," mabilis na sagot ni Jimmy. "Nagmula sila sa... roon..." Itinuro niya ang langit. "Nakita ko silang naglalakad sa ibabaw ng iyong munting hardin ng mga daisy. Totoo, nanay."

"It was aliens," Jimmy hastened to answer. "They came from... out there..." He pointed to the sky. "I saw them walking over your little daisy garden. Really, mom."

Itinaas ni nanay kuneho ang kanyang kilay at tinignan sa mata si Jimmy. "Alien?"

Mom raised her eyebrow and looked into Jimmy's eyes. "Aliens?"

"Opo, at lumipad na sila paalis sakay ng kanilang spaceship."

"Yes, and they flew away in their spaceship."

Napabuntong-hininga ulit ang kanyang nanay. "Mabuti naman at lumipad na sila paalis," sabi niya, "dahil ngayon ay oras na ng hapunan. Huwag ninyong kalimutang hugasan ang inyong mga kamay. At Jimmy..."

Mom sighed again. "It's good that they flew away," she said, "because now it's time for dinner. Don't forget to wash your hands. And Jimmy..."

"Po, nanay," sabi ni Jimmy.
"Yes, mom," said Jimmy.

"Hugasan mo na rin ang iyong mukha," dagdag ni nanay kuneho.
"Go wash your face too," she added.

Habang naghahapunan, napakatahimik ni Jimmy. Hindi siya kumportable. Hindi siya makakain at makainom. Ni ayaw niyang tikman ang kanyang paboritong cake.

During the dinner, Jimmy was very quiet. He felt uncomfortable. He couldn't eat and he couldn't drink. He didn't even want to try his favorite carrot cake.

Nang gabing iyon, hindi makatulog si Jimmy. Parang may mali. Pagbangon, pumunta siya sa kama ng kanyang panganay na kuya.
At night, Jimmy couldn't sleep. Something didn't feel right. Getting up, he approached his oldest brother's bed.

"Oy, tulog ka na ba?" bulong niya.
"Hey, are you sleeping?" he whispered.

"Anong nangyari, Jimmy?" inaantok pang sabi ng kanyang kuya habang dahan dahang minumulat ang mga mata. "Bumalik ka na sa iyong kama."
"Jimmy, what happened?" mumbled his oldest brother, slowly opening his sleepy eyes. "Go back to your bed."

"Hindi ako makatulog. Naiisip ko ang mga bulaklak ni nanay," mahinang sabi ni Jimmy. "Sana naging maingat ako."
"I can't sleep. I keep thinking about mom's flowers," said Jimmy quietly. "I should have been careful with them."

"Oh, aksidente lang iyon," sabi ng panganay na kuya ni Jimmy. "Huwag kang mag-alala. Bumalik ka na sa pagtulog mo!"
"Oh, that was an accident," said the oldest brother. "Don't worry. Go back to sleep!"

"Pero dapat hindi na lang ako nagsinungaling kay nanay," sabi ni Jimmy na hindi umaalis sa kama ng kanyang kuya.
"But I should not have lied to mom," said Jimmy still staying there.

Umupo sa kanyang kama ang panganay na kuneho. "Oo," sang-ayon nito. "Dapat ay sinabi mo na lamang ang totoo."
The oldest brother sat up on his bed. "Yes," he agreed. "You should have told her the truth."

"Alam ko," sabi ni Jimmy na nagkibit-balikat. "Ano na ang gagawin ko ngayon?"
"I know," said Jimmy, shrugging his shoulders. "What am I going to do now?"

"Sa ngayon ay matulog ka na muna. At bukas ng umaga ay sabihin mo kay nanay ang totoo."

"For now, go to sleep. And in the morning, you will tell mom the truth."

Kinaumagahan, maaga siyang nagising, tumalon mula sa kanyang kama at patakbong hinanap ang kanyang nanay. Nasa bakuran ito.

The next morning, he woke up very early, jumped out of his bed, and ran looking for his mom. She was in the backyard.

"Nanay," tawag ni Jimmy. "Ako po ang nakasira sa iyong mga bulaklak, hindi ang mga alien." Tumakbo siya sa kanyang nanay at niyakap ito.

"Mommy," Jimmy called. "I was the one who ruined your flowers, not the aliens." He ran over and hugged his mom.

Niyakap din siya ng kanyang nanay at nagsabing, "Napakasaya ko at sinabi mo na ang totoo. Alam kong hindi madali ngunit ipinagmamalaki kita, Jimmy."

Mom hugged him back and replied, "I'm so happy that you told the truth. I know it wasn't easy, and I'm proud of you, Jimmy."

"Pakiusap, huwag na po kayong malungkot. Mag-iisip tayo ng paraan," sabi ni Jimmy.

"Please don't be sad about the flowers. We'll think of something," said Jimmy.

Ipiniling ni nanay kuneho ang kanyang ulo. "Hindi ako nalulungkot dahil sa mga bulaklak. Nalungkot ako dahil hindi mo sinabi ang totoo."

Mom shook her head. "I was not worried about the flowers. I was sad about you not telling me the truth."

"Patawad, nanay," sabi ni Jimmy. "Hindi na ako magsisinungaling ulit."

"I'm sorry, mom," said Jimmy. "I won't lie again."

Pagkatapos mag-almusal, si Jimmy at kanyang tatay ay bumili ng mga binhi ng daisy at sama-sama nilang itinanim ang mga iyon.

After breakfast, Jimmy and his dad went to buy some daisy seedlings, and the whole family helped mom plant them.

Natutunan ni Jimmy na sa pagsasabi ng katotohanan, sasaya siya at ang kanyang pamilya. Kung kaya't mula noong araw na iyon ay lagi na siyang nagsasabi ng totoo.

Jimmy learned that telling the truth makes him and his family happy. That's why from that day on, he always tells the truth.

www.ingramcontent.com/pod-product-compliance
Lightning Source LLC
Chambersburg PA
CBHW061134070526
44584CB00033B/4325